குறுமுப்பத்தாறு

ஸ்ரீநேசன்

நாதன்
பதிப்பகம்

தம்பி சதன்
தங்கைகள் ரெஜினா, ரேவதி ஆகியோருக்கு...

நாதன்
ப தி ப் ப க ம்

▶ குறுமுப்பத்தாறு (கவிதைகள்) ▶ ஆசிரியர்: ஸ்ரீநேசன் © ▶ பதிப்பகம்: நாதன் பதிப்பகம் ▶ பதிப்பு: ஜூலை 2024 ▶ பக்கங்கள்: 40 ▶ வடிவமைப்பு: ஜீ. முருகன் ▶ முன் அட்டை ஓவியம்: விழுப்புரம் ஸ்ரீதர் ▶ பின் அட்டை புகைப்படம்: மு. குலசேகரன் ▶ நாதன் பதிப்பகம், சென்னை–600 093, தொடர்புக்கு: 98840 60274, e-mail: nathanbooks03@gmail.com

ISBN: 978-81-976029-9-3

விலை ரூ.60/- web: www.nathanbooks.com

நூல் அகம்

காவிரி முதலிதழோடு இணைநூலாக வந்த ராணிதிலக்கின் 27 கவிதைகள் (பாலி பதிப்பகம்) பெரும் வரவேற்பைப் பெற்றது. உற்சாகத்தில் இதழாசிரியர் இரண்டாவது இதழோடு சின்னஞ்சிறு நூல்வரிசை மூலம் இணைநூலாக வழங்க வெளிவராத என் புதிய கவிதைகளின் சிறு தொகுப்பைக் கேட்டார். அவர் சில மொழிபெயர்ப்பு நூல்களை விலை யில்லாப் பிரதிகளாக வெளியிட்டிருந்தார். அவற்றின் குறுங் கவிதைகள் என்னை வெகுவாகக் கவர்ந்திருந்தன. தொடர்ந்து உடல்நல பாதிப்பில் இருந்துவரும் என் மனநிலைக்குக் குறுங்கவிதைகளை இணக்கமான வடிவாக உணர்ந்தேன். அடுத்த இதழ் வரும் கால அவகாசத்துக்குள் புதிதாக எழுதும் குறுங்கவிதைகளை உங்களுக்குத் தருகிறேன் என நம்பிக் கையில் உறுதி கூறினேன். இடைப்பட்ட நாட்களில் எழுதிய கவிதைகளில் தேர்ந்து கொண்டவைதாம் இந்தக் "குறுமுப்பத்தாறு" கவிதைகள். வாக்களித்த பின் தொடர்ந்து மனநிலை கவிதை சார்ந்து இருந்ததை நானே விசித்திரமாக உணர்ந்தேன். ஆனால் கிடைக்கபெற்ற கவிதைகள் நானே அச்சப்படும் அளவுக்கு எளிமையேற்றும் நம்பிக்கைக்கு உரியனவாகவும்

இருந்தன. இக்கவிதைகளின் பெரும்பான்மை மூன்றடியிலிருந்து பத்து வரிகளுக்குட்பட்டதாக அமைந்து சங்க கவிதைகளின் வடிவமைதியைப் பெற்றுள்ளதால் குறுந்தொகை, ஐங்குறு நூறு போல "குறுமுப்பத்தாறு" என இத்தொகுப்புக்குப் பெயரிட்டேன். எப்போதும் என்னைத் திருப்திபடுத்தாத கவிதைகள் பிறரிடம் பகிரப்படுவதில்லை. இப்போதும் அதன் அனுமதியுடன்தான் இது வாசகப்பரப்புக்கு வருகிறது. இந்த மன உந்துதலுக்கு முதற்காரணமாயிருந்ததோடு எழுதப்பட்டதற் கும் வெளியிடப்பட்டதற்கும் ஈராண்டு இடைவெளி நேர்ந்தும் உறுதியாகத் தம் இதழோடு இக்கவிதைகளையும் இணைப்பாகக் கொண்டு வந்த காவிரி இதழாசிரியர் விக்ரமுக்கு நன்றிகளைப் பகிர்கிறேன். வந்த வேகத்தில் இக்கவிதைகளைத் தம் நாதள் பதிப்பகத்தில் நூலாக வெளியிட்டு மகிழ்விக்கும் நண்பன் அஜயனுக்கும் மனமுவந்த நன்றிகளை உரித்தாக்குகிறேன்.

ஶ்ரீநேசன்

பேச்சு

இரவு மென்நடையில் நண்பருடன்
மரம் பேசுவது குறித்துப் பேச்சு வந்தது
மரம் பேசுமா எனக் கேட்டுக்கொண்டிருந்தபோதே
அதுவரை அமைதியாக இருந்த அது பேசியது
பிறகு இரவெல்லாம் பேச
அதோடு அதற்கு எதுவெல்லாமோ இருந்தது
யார் பேச்சு யாருக்குப் புரியும் என்று யாருக்குத் தெரியும்
யார் நண்பர் எதுவரை நம்புவார் என்று யாருக்குத் தெரியும்.

மாங்கனி

ஆள் அரவமற்ற குக்கிராமத் தோப்பு ஒன்றில்
எண்ணற்ற காய்களோடு காய்த்தது ஒரு மாங்கனி
முற்றிக் கனியாகும் பருவம் வரையிலும்கூட
மௌனம் மட்டுமே அறிந்த அது
பட்டணத்து இரைச்சலை நோக்கிப் பயணம் போக நேர்ந்தது
போகும் பயணம் முழுதும் பழுத்துக்கொண்டே போனது
மறுநாள் இடம்மாறி யாருடைய கையிலோ தவழ்ந்தது
தன்னைச் சுவைத்த அந்த நாவின் ஸ்பரிசத்தில் கூட
தான் மாங்கனி என்றந்த மாங்கனி உணரவே இல்லை.

சித்திரப்பாறை

குன்றடித் தனி அமைதியில்
கவிழ்ந்திருந்த கரும்பாறை
விதானத்துப் பாறை ஓவியங்களை
மல்லாந்து படுத்தவாறு பார்த்துக்கொண்டிருக்கிறான்
இல்லை
ஆதிக் காராம்பசுவின் வயிற்றடியில் படுத்துக்கொண்டு
அதன் மடிக் காம்புகளில்
நேரடியாகப் பருகிக்கொண்டிருக்கிறான்.

பதற்ற அழகு

கணேசா கணேசா என்ற அலறலில்
என்னை அழைத்ததான தொனி
குரல் வந்த மாடியைப் பார்த்துத் திடுக்கிட்டு நின்றேன்
அழகான ஒரு பெண்
அலங்கோலமாக இறங்கித் தெருவில் ஓடுகிறாள்
உதவியேதும் கோராத உதாசீனத்தை
அவமானமாய் உணர்வதான இடைப்பட்ட அக்கணத்தில்
பதற்றத்தின் அழகு அங்கு நிகழ்ந்து கொண்டிருக்கிறது.

எல்லை

மழைக்குப் பின் செழித்து வளரும் சோளப்பயிர்
வானையே தொட்டுவிடும் உத்வேகத்தோடு
அதன்மீது படர்ந்து அதையும் கடந்து
சிவன்தோள் சர்ப்பமென உச்சியேறித் தலையசைத்து
சங்குக் கொடியொன்று நீலம் பூக்கிறது
வாழ்வின் இத்தகு வேட்கை
வரும் வேனில் வரைதாம் என்பது
எத்தனை அபத்தம்.

பாலிய பாடம்

பெற்றோரின் படுக்கையடியிலிருந்து
அந்தப் புத்தகத்தைக் கண்டு
அப்போது ஒருவன் கெட்டுப்போனான்
செல்பேசி கூகுளில்
மறதியில் அழிக்காத வரலாற்றில்
படங்கள் கண்டு
இப்போது மகன்கள் கெட்டுப் போகலாம்
என்ன செய்வது எப்போதும் பையன்கள்
இதையெல்லாம் இப்படிக் கெட்டுப் போய்தான்
கற்றுக்கொள்ள வேண்டும்போல.

அழைப்பு

கோலிக்குண்டுகளை உரசினாற்போல வசீகரிக்கும் ஓர் ஒலி
செவியுணர்ந்ததை விழி அறிய தாமதமாகிறது
மஞ்சள் கொம்பு அமர்ந்திருப்பதாக
ப ரக்கிளையில் ஒரு சிறு பறவை
தத்தித்தத்தி ஒலியும் ஒளியும் நடனமாடுகின்றன
அச்சிறு உயிர் பெருக்கும் அன்பின் விகாசத்தில்
எங்கிருந்தோ ஓர் இணை அந்தக் கிளை வந்து சேர்கிறது.

கனா

அவன் கழுத்தில் ஓர் ஆண் தாலிகட்டுகிறான்
விடியற்கனவின் அதிர்ச்சியில் விழித்து
ஆழ யோசித்தவன்
இணையத்தில் அந்நேரம் பலன் தேடி வாசித்தாள
பிரயோஜனமில்லை
கனவின் தர்க்கம் உள அறிஞருக்கும்
பலன் உரைப்பவர்க்கும் அடங்கியதாயில்லை
பக்கத்தில் படுத்திருக்கும் மனைவி
ஒரு கணவன்போல் தோன்றுவதற்கெல்லாம்
அவர்கள் என்ன செய்வார்கள் பாவம்.

திட்டம்

எந்த மண்ணில் எப்பருவத்தில்
என்னென்ன மரங்கள் வைப்பது
எந்தெந்த வரிசைக்கிரமத்தில்
என்றெல்லாம் பூங்காவை நிர்ணயிக்கும்
தாவரவியல் பொறியாளன்
ஒரு போதும் ஒரு மரம்
வேர்பிடித்துக் கிளைபரப்பும் வடிவமைப்பில்
தலையிட முடிவதேயில்லை.

புனைவு

அபலை ஒருத்தி கைவிடப்பட்ட மூதாய்க்கு அன்னமூட்டுகிறாள்
கற்பனைதாம்
கவிஞனுடையதல்ல
அபலையுடையதா தாயுடையதா
என்றுகூட கண்டறிய முடியவில்லை.

மலைப்பு

மாதகடப்பா மலைக்கோட்டைக்கு ஏற இரண்டு பாதைகள்
ஒன்று மலைப்பாதை
மற்றொன்று மனப்பாதை
மலைப்பாதையில் ஓரிருமுறை ஏறி இறங்கியிருக்கிறேன்
இப்போதும் ஏறுகிறேன் எப்போதும் இறங்குகிறேன்
மனப்பாதையில்.

அறிதுயில்

உன் அத்யாவசியத்துக்கு மேலான ஒரு பொருளை
நிராகரிக்கும்போதே
நெரித்துக்கொண்டிருக்கும் ஒரு கழுத்திலிருந்து
உன் காலை அகற்றிக்கொள்கிறாய்.

இரவரவம்

ஓயாது மின்விசிறிகள் இயங்கும் இரவுபகல்கள்
குளிர்காலம் தலைப்பட்டதும் அமைதியாகின்றன
இப்போதைய இரவுப்படுக்கையில்
என் இல்லாளின் இதய ஓசை
மிகத்துல்லியமாகக் கேட்கிறது.

வைகல்

விடிந்தும் இன்னும் சூரியன் உதிக்கவில்லை
இந்தக் காலை
தாராளமான வெளிச்சத்தால் நிரம்பியிருக்கிறது
இதேபோன்றதொரு இன்னல்மிக்க இன்னொரு வாழ்வு
எனக்கு வழங்கப்பட்டாலும்
தயக்கமிலாது வாழ்ந்துவிட்டுப் போவேன்
இந்தக் காலையின் குதூகலம்
எனக்கு வாரி வழங்கப்பட்டுக்கொண்டிருந்தால் போதும்.

கால எச்சம்

வியாழன் மாலை
வசதி படைத்தோர் குடியிருப்புப் பகுதியில்
பத்துப் பாத்திரம் தேய்ப்புப் பணி முடித்துத் திரும்பும்
அம்மையார்
மண்பாதையில் பாதசாரிகள்
முகஞ்சுளித்து ஒதுக்கிச் சென்ற பசுஞ்சாணத்தைப்
பொன்போல சேகரித்து வீடு திரும்புகிறார்.

வாழ்த்துக் காதை

பறந்துகொண்டிருந்த ஒரு பறவை இட்ட எச்சம்
தியானம்போல் ஆழ்ந்திருந்த மலைப்பாறை
தலைமீது வீழ்ந்தது
சினமுற்ற யோகியென அது சபித்தது
இறகெல்லாம் உதிரக் கடவது
தம் இறகுதிர்ந்த பாறை மீதே பறவை விழுந்து
மூச்சு விடுமுன்னும் வாழ்த்தியது
என் இறகெல்லாம் பொருந்திப் பாறை பறந்து எழ
இப்போது பெரும்பாறை
சிறுபறவை ஆன்மாவின் சிறகடிப்பில் வானில் மிதக்கிறது.

கோபச்சட்டை

வெடித்து வெளிப்பட்ட எனது கோபத்தைச்
சட்டை மாட்டியிருந்த ஆணியில் தொங்கவிட்டேன்
பதிலியாக என் கைக்கு வந்த சட்டை
நிஷ்டைக்கு அழைக்குமோர்
மான்தோல் போலல்லவா தெரிகிறது.

மராட்டி மொழி தேசத்தில்

மகாராட்டிரத்தில்
நம்மூர் சாலையோரங்களில் போலவே
இளநீரும் கரும்புச்சாறும் அணிவகுத்தன
வாங்க முனைகையில்தான்
தென்னைக்கும் கரும்புக்கும் நம்மூர் பெயரில்லை
நினைவு வந்தது
சைகையில் பெற்றுப் பருகியபோது
ருசி நம்மூர் ருசியே எனினும்
பருகிக்கொண்டிருப்பது அவர்கள் மொழியின்
பெயர்களைத்தான் என்பது விசித்திரமாக இருந்தது.

குருதட்சணை

குரு அன்றமர்ந்த கற்பாறை இருக்கையைக்
கண்ணாடிப் பேழைக்குள்
பத்திரப்படுத்திவிட்டார்கள்
அமைதி வேண்டும் ஆன்மாக்களிடையே
இன்னும் திரிந்து கொண்டிருக்கும்
அவர் அசதியைப் போக்க
என் மலையின் உச்சிப்பாறையை ஆசனமாக்கி
சற்றே அமரச் செய்வேன்.

அவா

சிறு மரத்தின் சிறு கிளையில் அமர்ந்திருக்கும் சிறு குருவி
அதன் அருகில் சென்று சிறிதாய் அமர வேண்டும்
யோசித்தவாறு மரத்தை நெருங்கினேன்
அதுவோ என்னைப் பெரிதாகக் காயப்படுத்திப்
பறந்துவிட்டது.

தேவ தை

ஒரு தேவதையைப்போல
அசைந்து நகரும் மூடுபனியை
உடுத்திய இந்தத் தை மாத காலை
பின்னணியில் மங்கலாக ஒளிரும் சூரியன்
அவள் சூடிய பொருத்தமான மலர்தான்.

செயல் பாடு

மனிதப் பார்வையோ பாதமோ படாத அவ்விடத்தில்
விதையொன்று ஒருவரும் பார்க்காமல் முளைவிட்டது
துளிர்த்து அரும்பியது யாரும் பார்க்காமலேயே
பூத்தது காய்த்தது கனிந்தது பார்க்க ஒருவருமில்லாமலேயே
இங்கு மட்டும்தான் யாரேனும் பார்க்கவே
யாருக்கேனும் காட்டவே
எதையும் செய்யவேண்டி இருக்கிறது.

கழுகுரல்

கழுகு ஒன்று பறந்துகொண்டிருக்கிறது வெற்று வானத்தில்
அசம்பாவிதமாக ஒன்றும் இங்கு
நிகழ்ந்திருக்கவில்லையெனினும்
இந்த மலையடிவாரப் பேரமைதியில் ஒரு கீறல்போல்
கொஞ்சம் அச்சம் இழையோட அதன் குரல் கேட்கிறது.

ருசிகரம்

ரொம்ப நாட்களுக்குப் பிறகு
மூச்சுச்சப்தத்துடன் மாடு ஒன்று புல் மேய்வதை
அருகிருந்து பார்த்தபோது
சட்டென அறிந்தேன்
கால்நடைகள் அங்கேயே இருக்க
மனிதன் தம் உணவுப் பயணத்தில்
வெகு தூரம் கடந்துவந்துவிட்டிருப்பதை.

மீட்பு

மனைவிக்கும் என் அம்மாவுக்கும் மனப்பிணக்கு
அதனாலான கடும்வாதத்தில் என் தலை உருண்டுவிட்டது
உருண்ட தலையை மீட்டுக்கொண்டு திரும்ப
எனக்கு இரண்டு நாட்கள் ஆயிற்று
பாதுகாப்புக்குப் பிரார்த்தித்தேன்
"நான் என் உத்தமத்திலே நடப்பேன்
என்னை மீட்டுக்கொண்டு என் மேல் இரக்கமாயிரும்".

திங்களைப் போற்றுதும்

முழுநிலா உற்சாகமாக உதிக்கிறது
வெளியூரில் பணியாற்றி
ஒரு நாள் விடுப்பில் வரும் தந்தை
விளக்குவைக்கிற நேரத்தில் வீட்டுக்குள் நுழைவதுபோல
அப்போது
நாமெல்லோருமே நமக்குத் தெரியாமலேயே
அதன் குழந்தையாகிவிடுகிறோம்.

பிரார்த்தனை

விளையாட்டுப் பிள்ளைகளின் குதூகலத்துடன்
நடைபயிற்சிப் பாதையில் ஓடிப்பிடித்தபடி
இளம் தம்பதியர்
என்னை நோக்கிச் செல்கிறார்கள்
இன்னும் மகிழ்வோடு இருக்கட்டும்
இன்னும் பல்லாயிரம் காதம் நடக்கட்டும்
மனதுள் வாழ்த்தியவாறு அவர்களை நோக்கி நடக்கிறேன்
எங்களுக்கிடையே முப்பதாண்டு வெளி.

விளையாட்டு

இத்தனை நாளாய் விளையாடியிருந்த
வெறுமையான மைதானத்தில்
பள்ளியிலிருந்து திரும்பும் சிறுவன்
தனிமையில் சற்றே நின்று
நண்பர்களுடன் கூச்சலிட்டுப் பேசுகிறான்
பாவனையிலேயே பந்து வீசி அடிக்கிறான்
கொஞ்ச நேரம் மகிழ்வாக இருந்துவிட்டு
மிதிவண்டியில் கிளம்பிச் செல்கிறான்
எனக்குத்தான் துக்கம் தாள முடியவில்லை.

பயணம்

மலைக்குச் செல்லும் பாதையில்
அதன் உச்சியைப் பார்த்துக்கொண்டே நடப்பவனுக்கு
அதைத் தவிர இப்பிரபஞ்சத்தில்
வேறொன்றும் தெரிவதில்லை
அவனுக்கு அவன் இருப்பதும்கூட.

காண முடியாப் பாடல்

எங்கோ கோயிலிலிருந்து மனதை உருக்கும்
மதுரமான பாடல்
என்னை ஈர்க்கிறது
என்னை உருக்குகிறது
என்னை மலர்த்துகிறது
நான் அந்தக் கோயிலை இதுவரை கண்டதில்லை
அங்கிருந்து வரும் பாடலின் வழியே சென்றடைந்துவிட்டேன்
இறைவனை சென்றடைந்தவாறே.

நிகர்

மனைவியிடம் என் கோபத்தைக் காட்டினால்
பதிலுக்கு இரண்டு மடங்காக எதிர்வினையாற்றுகிறாள்
அடுத்தமுறை நான்
அவளளவு விரும்பும் மலையைப் பார்த்துக் கத்திக்கொள்வேன்
அதுதான் என்னை எவ்வளவுக்கும் சகித்து அமைதி காக்கும்.

திடுக் இடல்

வாகனத்தில் சென்றபோது
தூரத்தில் எதிர் வந்த நண்பரைப் பார்த்துவிட்டேன்
நெருங்கி வந்த அவரோ
பின்னிருக்கையிலிருந்த என் மனைவியைப் பார்ப்பதில்
கவனம் கொண்டிருக்கிறார்
கையசைத்தேன்
என்னை எதிர்பாராத அந்த ஒரு கணத்தில்
அவர் இட்ட திடுக்
கவிதைக்குள் கொண்டுவர முடியாதது.

வணக்கம்

வானுயர்ந்து நின்ற மலையின் உச்சியை
தலைக்குமேல் உயர்த்திக் குவித்த
என் கரங்களால் வணங்கி நிற்கிறேன்
அவற்றின் நிழலோ என் எதிர் கிடந்த
சிறு கல்லை வணங்கிக் கொண்டிருக்கிறது.

திரை

பிணைத்து வைத்திருந்த இளமை
எங்களிடம் விடைபெற்றிருந்தது
குடியேறிய முதுமையின் விருந்தினர் நாங்கள்
எனக்கு வெளியிலிருந்து
உறக்கமில்லாமல் எனது மனையாள் புரண்டுகொண்டிருக்கிறாள்
அங்கிருந்து சிணுங்கும்
ஒரு காலம் எங்கள் அன்பைப் பெருக்கிக்கொண்டிருந்த
கொலுசொலி
இப்போது அவளது உபாதைகளை முணுமுணுத்துக் கிடக்க
இரவுகள் மிக நீண்டிருக்கின்றன.

நிகழ்

யாமத்தில் குரைத்து அமைதி குலைக்கும் நாய்களை
ஒருபோதும் பொருட்படுத்தாப் பறவைகள்
வைகறையில் மட்டுமே இசைக்கின்றன.

நாகு

கை வைத்தியத்துக்கு எருமைச்சாணம் தேடி
பக்கத்துத் தெருவுக்குப் போனபோதுதான்
பக்கத்து ஊரிலும்
எருமையில்லை என்பதைத் தெரிந்து கொண்டேன்
எருமைகளின் முதுகில் ஏறி அதன் வாசம் நுகர்ந்து
நினைவின் சிறுவர் நாங்கள் இன்னும் விளையாடியவாறிருக்க
எப்போதும் சோம்பியுள்ள அவை மட்டும்
எப்போதோ எங்கோ போய் எப்படியோ மெதுமெதுவாய்
மறைந்துவிட்டிருக்கின்றன.